உயிர்வளி ஓசை

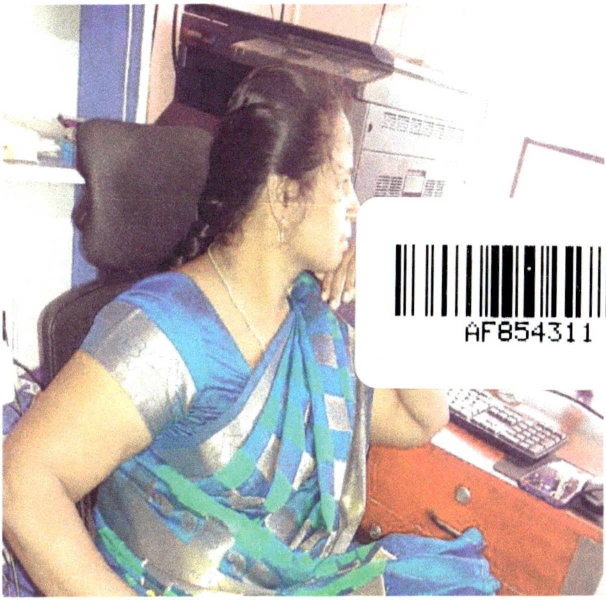

இயல்பினள் மங்கையர்க்கரசி

நூல் அறிமுகம்

எனது உயிர் மூச்சுக்காற்றின் ஓசை உணர்த்தியதை " உயிர் வளி ஓசை" என்றொரு கவிதை தொகுப்பாக எழுதியுள்ளேன். இது எனது மூன்றாவது கவிதைத்தொகுப்பு. எழுதும்பொழுது இன்னொரு வாழ்வு சாத்தியமாகிறது. எழுதும்பொழுது இன்னொரு உயிர் உதயமாகிறது. எழுதும் பொழுது எனக்கே நான் இன்னொன்றாகிப் போகிறேன் . அமைதி நாடும் அத்தனை உள்ளங்களிலும் ஏதோ ஒரு ஓரத்தில் புத்தன் வாழ்கிறான். சுவாசம் உள்ளேகி வெளிவீழும் போது அவனும் உள்வந்து வெளியேறுகிறான். சதா அமைதி நாடும் நான் தற்காலிக அமைதி நிலையில் இருந்த பொழுது எழுதிய கவிதைகளை இத்தொகுப்பில் வெளியிடுகிறேன் . அமைதி அருந்தியோர் அனைவருக்கும் இக்கவிகள் சுவைக்கும் என நம்புகிறேன், நன்றி .

இயல்பினள் மங்கையர்க்கரசி

(9080021727 / 9443357084)

88F, காமராஜ் நகர்,

இட்டமொழி ரோடு, சாத்தான்குளம்

தூத்துக்குடி மாவட்டம் - 628704.

வாழ்த்துரை

எனதன்பு தோழி மங்கையர்க்கரசியின் முத்தான மூன்றாவது படைப்பு. இதனை கவிதை புத்தகம் என்பதைவிட ஆன்மாவின் தேடல் என்பதே சரியாக இருக்கும். கடளளவு ஆழத்தை கருத்துக்களாய் புதைத்து வைத்து அண்டவெளியினை அழகாய் கவிதைக்குள் அடக்கி வைத்து ஆன்மாவின் தேடல் இங்கே அமைதிபட்டு கிடக்கிறது - மனம் அதனுள் இளகிக் கடக்கிறது. உன் எழுத்துக்கள் என்றும் மூச்சுக்காற்றாய் விரிந்து ஆன்மாவை வளர்க்கட்டும், இப்பிரபஞ்சம் என்றும் அன்பில் நிறையட்டும். எண்ணங்களை ஆழத்தில் ஊன்றிடும் உன் எழுத்துக்கள் என்றும் இப்புவியில் நிலைத்து நிற்கட்டும். இன்னும் நிறைய எழுத புத்தகங்களாய் வெளிவர என் நெஞ்சம் நிறைந்த வாழ்த்துக்கள் தோழி.

அன்புடன் - சு.பானுமதி
(சமூக ஆர்வலர்
பசுமை விரும்பி)

சமர்ப்பணம்

நான் இன்னும் உயிர்ப்போடு
இருக்கும்படிக்கு என்னுள் ஓடி
விளையாடும் வாசிக்கு இந்த வார்த்தை
குவியல்கள் சமர்ப்பணம்

...கழட்டிட முடியா காலச்சக்கரம்...

வராதாவென ஏங்க ஏங்க
வந்து சேர்ந்த வான்மழையை
மீண்டும் வானமனுப்பும் வேலையில்
மின்னலாய் வேலைசெய்கிறது - பூமி ..!

மனித வாழ்க்கை மட்டுமென்ன..?

வந்தவிடமே போய்ச் சேர
வகை வகையான விதிமுறைகள்
வந்த காரணம் புரியுமுன்னே
விதி வந்து விசாரிக்கும்
வினோத வாழ்க்கை முறைக்கு
விதவிதமான கனவுச் சட்டைகள்

கடைசி வரையில்
கழட்டிட முடியாமல்
காலச் சக்கரத்துள் நாம்..!

.... தோழியா ...துரோகியா ...?

சுவடுகள் அழிக்கும் சூத்திரதாரியாய்

சுயமிழக்கும் தவத்தில் கவனமாகிறேன்

முன்னை வினை யனைத்தையும்

கண்ணை மூடினாலும் காட்டிச்சிரித்து

என்னை மாற்றும் இவ்வினையாற்றும்

வன்மை மனமென்பது தோழியா-துரோகியா..?

....நீ விதையென்றானால்....

அடைமழையில் ஆழ வேரூன்றி முளை

அழியா விருட்சமாய் பூமியில் திளை..!

விதை என்றானபின் வீழ்ந்தாலும்

புதைந்தாலும் ஆழமாய் அமிழ்ந்துபோ ..!

எதற்கெனில் ..?
மேலோட்டமாய் கிடக்கும் விதை

மெல்லிய தூரலுக்கே தனைமறந்து

முந்தியே துளிர்த்தல்லோ கருகும்..!

.... இன்னொரு முகம் .....

மீண்டும் மீண்டும்
மீளமீள உரிக்கிறேன்

உள்ளொரு முகமின்றி
உடைந்து போகிறேன்

முகமூடி மனிதர்காள் ....!

கைவசம் முக-கவசம் வைத்திருப்பின்
காபந்து போலொன்றை தந்து செல்லீரோ ..?

இப்படிக்கு -
சமூகத்தின் சாகசத்துள் நீந்தாமல்
சாகரம் கடந்த மீனாய் நான் ..!

... இதுபோல் வாழேன் மனிதா ...

எத்தனை அலையடித்தும்
எல்லை மறப்பதில்லை

நீந்த தடைவிதித்தும்
நீரை வெறுப்பதில்லை

தன்னை தகவமைத்து
தனக்கானதை தக்கவைத்து
தண்ணீரில் நீந்துது – மீன்கள்

இனியேனும் கொஞ்சம்
இதுபோல வாழேன் - மனிதா..!

... அமிலமருந்தியும் வாழ்கிறேன் ...

உடலெனும் குமிழுக்குள்
உருளும் காற்றாய்
சிக்கிக் கிடக்கிறேன்

பிரபஞ்சத் தொடுதலுக்காய்
பித்துகொண்டு அலைகிறேன்
தொடும்வேளை வரட்டும்
துளித்துளியாய் சிதறி
தூரலாகிப் போவேன்

அம்மட்டும் அகிலமெனும்
அழகான மாயைக்குள்
அமிழ்ந்து கிடக்கிறேன்

ஆதலினால் இன்னும்
அமிலமருந்தியும் வாழ்கிறேன் ...!

.... கரையோரம் நான் ....

மணல் அறுக்கும் கடல் வெளியில்

காதல் விதைக்கும் மானுடர்கள்

முரண் நகை விதைப்பில்

மனக் கரையோரம் நான்..!

காவ்கடக்கும் மணல் யாவும்

காலத்திற்கு முன் பாறையாமே?

சிதறிக்கிடக்கும் நீயும் கூட

சிந்தை தெளிந்தால் சிகரந்தானே ..?!

.... முடிவில்லா தேடல் ...

எல்லைகள் இல்லாத வாழ்வை

எந்நாளும் இலக்கென வை

முடிவில்லா தேடல் ஒன்றை

முப்பொழுதும் மனதினில் செய்

கர்மாவில் கடந்தவை எல்லாம்

ஆன்மாவால் அடையக் காண்பாய் ..!

.... நானில்லாமல் போகிறேன் ....

மூலக்கூறுகள் சிதறுகின்றன

மூளைகள் கதறுகின்றன

நினைவுகள் நனைகின்றன

நிகழாதவைகள் கரைகின்றன

நானென்றால் என்னவென்று

நானென்பது தேடுகிறது

நானொரு மூலையில்

நானாக முயலும்போது

நானில்லாமல் போகிறேன் ..!

.... விழிமூடியும் விழிப்பாய் ....

காலமும் நேரமும் உனக்கானதல்ல..!

கற்பனையும் சொப்பனமும் உனக்கானதல்ல..!

உள்ளெழும்பி வெளி வீழும்

உயிர்காற்று உனக்கே உனக்கானது

சேமித்து தேவைக்கு செலவுசெய்
காமித்து கண்மறையும் வித்தையும்
உவமித்து உள்ளிழுக்கும் சாகசமும்
ஒவ்வொன்றாய் மறையக் காத்திரு..!
இறுதியில் தெரிவது நீயென்றாவாய்..!

இதுவா
நானென்று இருந்ததையும் துறப்பாய்
இதுதான்
வாழ்வென்று விழிமூடியும் விழிப்பாய் ..!

.... ஆன்மத்தேடல் ....

எறும்பினுள் இறங்கி

மயிலோடு பறந்து

மாட்டின் மடிதங்கி

சிங்கத்தின் சினம் சுமந்து

சிலநேரம் நிலவு தங்கி

நினைத்த நேரம் நிறம்மாறி

நினைவு போல உருமாறி

காற்றோடு கலந்து போகுது – நீ

காணத் தேடும் ஆன்மா ..!

.... இனம் காணா உருவமாய் ....

நன்கு உடுத்திய உடைகளும்

நறுமணத் திரவிய வாடைகளும்

என்னை யானெனத் தெரியப்படுத்த – நானோ

சடையென முடி திரட்டி

சகியாத வியர்வை வாடைக்குள்

சலனமற்ற பார்வையில் இதோ

யாருமறியா புன்னகையாய் எனக்குள்

இனம் காணா உருவமாய் - ஆன்மா ..!

... மாய உடை உடலுக்குள் ....

அள்ளி அள்ளி முடிந்துகொண்டு

அணைப்பில் அடங்காததை வாரிக்கொண்டு

சொல்லிச்சொல்லி சுகம் வளர்க்கும்

சொர்க்கமென்று எண்ணி வீழும்

மாய உடை உடலுக்குள்

பாய ஒரு பாதைவகுத்து

மாளும் வரை காத்திருக்கிறேன்

மாண்ட பின்னும் பூத்திருக்கிறேன் -ஆன்மா ..!

.... உதிர்த்து கடக்குது ஆன்மா ....

நிறங்களுக்குள் வெண்மையாகி

நீருக்குள் வீழ்ச்சியாகி

உயிருக்குள் இறப்பைத்தேடி

உலாவரும் ஒருவாழ்வில்

உள்ளெழும் உன்னதச்சிரிப்பை

உதிர்த்து கடக்குது - ஆன்மா ..!

.... உண்மையில் நான் ....

உடைபோல் உடல் களைந்து

உள்ளிருந்து வெளி எழும்பி

உற்று உற்று நோக்குகிறேன்

உண்மையில் நான் எது..?- ஆன்மா ..!

.... ஓசை என்றொரு மௌனத்தை ....

அமைதி எனும் போர்வைக்குள்

ஆர்பரித்து கிடக்கிறேன் நான்,

ஓசை என்றுறொரு மௌனத்தை

பேசிச்செல்கிறது பேரிரைச்சலுடன்--ஆன்மா ..!

.... வெளி எழும்பிய வியப்பில் ....

கூர்வாள்கள் கூறு போட்டு

குருதி சொட்ட வீழுமுடலில்

வெளி எழும்பிய வியப்பில்

விடுதலை உணர்வில்

விளையாடுது - ஆன்மா ..!

... தங்கியும் தங்காமலும் ....

உயிர்களின் வாடைகள்

உள்ளங்களின் வாசனைகள்

எல்லாம் வெறுத்த பின்னும்

சொல்லாமல் சில சூட்சும

ஸ்வரராக சப்தம் மட்டும்

அஞ்சாமல் எனை அணைத்து

அங்கும் இங்குமாக அலைக்கழிக்க

தங்கியும் தங்காமலும் வாழுது - ஆன்மா ..!

.... வானம் ஏகுகிறேன்....

தனிமையைத் தத்தெடுக்கிறேன்

தவம்போல் மொழிமறக்கிறேன்

நானென்பதை இல்லாததாக்குகிறேன்

நீயென்பதை தொலைவாக்குகிறேன்

காற்றினும் கனமிழக்கிறேன்

புள்ளியிலொரு புள்ளியாகிறேன்

நான் ..நான்...என்னில் இறக்கிறேன்

ஏதோவாகி வானம் ஏகுகிறேன்- ஆன்மா..!

...கடல்மேல் துரும்பென...

விழுந்த இத்துரும்பு

கரையொதுங்கும் முன்னமே

கற்றுக்கொள்கிறது கடலாட ..!

எத்துனை பெரியதென்றாலும்

கடல் நீரதன் கீழாட ..!

வாழ்வென்பதும் கடல்போல்

வசப்பட்டதுதான் வாலைப்பெண்ணே ..!

.... பிரபஞ்ச வசியம் ....

காரமும் அமிலமும்

கலந்து வனையப்பட்ட

கடமெனும் உடம்பதில்

அன்புக்கணை வீசி

ஆன்மாவை நேசி – பின்

பிரபஞ்சமே பிரமிக்கும்

பிறர்நெஞ்சமும் உனதாகும் ...!

....தெய்வத் தேடல் ....

தவம்மிக செய்தாக் கால்
தன்னை இழக்கும் வித்தையால்

நின்ற விடத்து சிலையது
கலைஉயிர்த்து எம்மிடம் பேச

கண்ட விடத்து பேசும்
கலை மறந்து சிலையாகிறேன்-நான் ..!

.... நானில்லை ....

சூழலை மாற்றும் முயற்சியில்லை

சூழலை வளைக்கும் வலுவுமில்லை

சூழலை எதிர்க்கும் எண்ணமுமில்லை–எனில்

சூழலுக்குள் நான் என்றுமே இல்லை...!

.... தேடல் ....

இருளுக்குள் ஒன்றைத்
தேடுவது கடினமில்லை

இருளுக்குள் இருப்பது
அதற்கே கடினமிலாத போது ..!

.... சுய நகை ....

சாதிப்பதேகுறி என்றிருந்தேன்

சகலமும் சந்தித்தும்
சாகாதிருப்பதே சாதனைதான்
என்பதை அறிந்ததும்
எனக்கே உரித்தான
இயல்புச் சிரிப்பில்

என்னையே நகை(னை)க்கிறேன் ...!

....திருநங்காய்....

எல்லாம் இருந்தும்

அடிமையென்றானாய்

சங்கிலிகள் அறுந்தபின்னும்

அங்குசப்பாகன் யானையானாய்

இடாத தடைக்குள்

விடாது மாட்டிக்கொண்டாய்

சுகமென்றா..? சுதந்திரமென்றா..?

சுய-தந்திரமென்று புரிந்தால்

சுயமுணர்ந்து தாழுடைத்து - வா..!

.... விதைத்திடு ....

சித்தத்திலே உந்தன் ரத்தத்திலே
உயிர் மொத்தத்திலே இடு முழக்கம் ..!

ரத்தம் சிதறினும் சுற்றம் சிரித்தினும்
குற்றம் கூறினும் என்ன தயக்கம்..?

வாளெடு இல்லைத் தமிழில் வாயெடு
கூறிடு இல்லைக் கயமைக்கூர் இடு

யார்நீ என்ற கேள்விக்கு இங்கு
யாரோ சொல்வது பதிலில்லை – நீயே

யாரென்று அறிந்த பின் - ஊரே
யாவருக்கும் உரைத்திடும் – நாள்

விரைவினில் முளைத்திடும் – பின்
வெற்றி உன்பேரை விதைத்திடும் ....!!

.... ஆன்மாவில் கவனம் வை ....

பெருமலை தடுக்கி விழுந்தோனில்லை

சிறுகல் தடுக்கி விழுந்தோருண்டு...!

மலைமுன் நாம் அற்பம்

நம்முன் கல் அற்பம் – ஆயின்

அற்பம் கடக்கும் போதெல்லாம்

ஆன்மாவில் கவனம் வை ..!

... இப்படியே கடப்பதற்கு....

சக்தி பெருக்குகிறேன்

யுக்தி உள்ளெழும்புகிறது

மூச்சில் முழுமனதாகிறேன்

பேச்சு பேசமறுக்கிறது

பார்வையை நிறுத்துகிறேன்

பார்த்தவையும் நிற்கிறது

புரிகிறது ...
இப்பிறப்பு கற்பதற்கல்ல

இப்படியே கடப்பதற்கு ...!

.... இடம் தேடும் உண்மைகள் ....

ஒருவேளை பொய்கள் என்னை

பூமிக்கு மறைக்கக் கூடும்

அப்படியேனும் அங்கேனும் நான்

பத்திரமாக இருந்து கொள்கிறேன்

இப்படிக்கு இடம்தேடும் உண்மைகள் ...!

....நிறங்களுக்குள் வெண்மையாகி....

நீருக்குள் வீழ்ச்சியாகி

உயிருக்குள் இறப்பைத்தேடி

உலாவரும் ஒருவாழ்வில்

உள்ளெழும் உன்னதச் சிரிப்பை

உதிர்த்து கடக்குது - ஆன்மா ..!

.... சிட்டுக்குருவி ....

மொத்தமா வரும் சிட்டுக்குருவி

ஒத்தையில வந்துருக்கே

சொந்த பந்தமெல்லாம்

சுபநிகழ்ச்சிக்கு போயிருக்குமோ..?

யோசித்தபடி அவள் –

சொட்டு நீரேனும்

கொட்டி குடம் தூக்கு

சிதறும் நீரில் - உதிரும் உயிர்

ஒட்டட்டுமென அது...!

....வாழ்வென்பது வாழ்தலே..!

நடுகல்லு நிழலுல

ஒட்டி நிற்கும் கருவச்செடிக்கு

வெட்டி வீசும் எண்ணத்துல

வெட்டருவா தீட்டியிருக்கு..!

ஆவுறது ஆவட்டும்ல

அதுவரை வாழ்வோமுன்னு

அடிக்கும் காத்துக்கு

ஆடுது அதுபாட்டுக்கு..!

.... வேரறுந்த விவசாயம் ....

நாங்கள் இன்னும் இப்படியே

சேத்துக்குள்ள நாத்து நட்டு

சேராத மேகத்த பாத்துகிட்டு

துளிவிழட்டுமுன்னு நேந்துகிட்டு

கவுத்துக்கட்டிலுல கவுந்துகிட்டு

சரி வுடுங்க -
எங்களபத்தி ஒன்னுமில்ல
உங்களுக்குந்தான் தெரியுமுல்ல

காருலபோற கவுர்னருமக்கா
பயிர உருவாக்கி
பந்திக்கு கொண்டுவர..?

.... நிறைந்த தவம் ....

எதையும் தேடி ஓடும்

எண்ணமற்று அமர்ந்துவிட்டேன் ....!

நாடி வருவதெல்லாம் நான்

தேடித்தேடி என்றோ திரிந்ததன்றோ ?

தேவையற்றதென்று தெளிந்தபின் - இனி

தேடியோடும் ஓட்டமென்ன மனமே?

.... சளைக்காமல் சிரிக்கிறேன் ....

இப்பொழுதெல்லாம்

சங்கடங்கள் வந்தால்

சளைக்காமல் சிரிக்கிறேன்

போகும்போது அதுதரும்

பொக்கிசங்கள் நிரப்பிவைக்க

புது இடம் தேடிக்கொண்டு ...!

.... மெய்யெனும் பொய் ....

புனிதம் என்ற பொய்யை

புனிதமாக்க பொய் உரைப்பேன்

மெய் என்பதும் பொய்யென்ற

மேலான உண்மை கண்டு ..!

.... ஆன்ம வணக்கம் ....

என்னை இறுதியாக

தின்னப்போகும் புழுக்களுக்கு

காலைவணக்கம் பகிர்ந்து

புலருது என்பொழுது!..

நானென்னும் நானெங்கே ..?

எழுத்துகளில் தேடி

எங்கும் இல்லாத என்னை

எண்ணங்களில் தேடுகிறேன் ..!

அங்கும் இல்லாத அலைக்கழிப்பில்

ஏங்கும் என்னை எங்கே காண்பேன்..?

.... நான் ...!

கவனிப்பாரற்று காலம் ஒதுக்கிய

கடைசித் துரும்பின் இளைய இளவல்..!

ஆகையினால் தானோ என்னவோ

அனைத்தையும் கவனித்து கடக்கும்

அஷ்டமா சித்திக்குள் புத்தியானேன் ..!

வறுமை காலங்கள் கற்றுத்தந்ததை

வளமை காலங்களில் பற்றுகிறேன்

இழந்தவை எழுந்து வந்தாலும்

இறந்தவை கணக்கில் எழுதி நகர்கிறேன் ..!

.... ஆழம் விழுந்தாலும் ....

விழித்திருக்கும் போதே - என்

ஒளி பறிக்கிறாய் . வீணில்

விழுந்துடுவேன் என்றா

சிறகொடிக்கிறாய் - போதும்

அக்கறையை அக்கரையனுப்பு

ஆழம் விழுந்தாலும்

அமிழாதென் சிறப்பு...!

.... யாம் பெண் ....

மேகம் எரிந்திடுமா
சூரியன் அணைந்திடுமா

மேலே சிறகை விரிக்கிறேன்..!

படைத்தவன் பதறிடவும்
பகைத்தவன் சிதறிடவும்

புதுத்தடம் புனைகிறேன்...!

யாரிதுவோ எதுவிதுவோ
என்பாரில் சிரிக்கிறேன்...!

யாம் பெண் என்கிறேன்

பேதைத் தனம் வெறுக்கிறேன்
ஏகி இன்னும் பறக்கிறேன் ...!

.... பெண்ணென்ற பெருவெளி ....

யாருமில்லா ஏகாந்த வாழ்வு

யாக்கைக்கு எப்படியோ –என்

இதயத்திற்கு வரமாகுது -இரண்டு

இறக்கைகள் வானம் ஏகுது

பெண்ணென்ற பெருவெளி மெல்ல

ஆன்மாவென்ற அடைப்புக்குறி கடக்குது .!

...நீ என்பதே நிரந்தர அழகு ...

உன்னைப்போல் ஒருவனை

இன்னொருமுறை படைக்க

இறைவனும் சூத்திரம் மறந்திருப்பான்..!

நீ..என்பது நீ மட்டும் தான்

யாரோபோல் ஏனொரு வாழ்வு

யாரைவிடவும் நீயென்னத் தாழ்வு..?

.... கண்ணுறங்கு ....

ஒன்றுமில்லை - ஒன்றுமில்லை
தங்கத்தில் தொட்டிலில்லை
தாலாட்ட தாயுமில்லை

மாமன் வந்து முறைசெய்ய
மாமியவள் நெத்தியில்
பொட்டிருக்கா தெரியவில்லை

பெத்தவன் உந்தகப்பன்
போனானோ இருக்கானோ

ஈழத்தில் பிறந்த என்தமிழே
ஈரத்தோடு காற்றிருக்கு- அதில்
கண்ணீரும் கலந்திருக்கு

உதட்டை நனைத்துக்கொள்
உன்னண்ணன் வருவான் நினைத்துக்கொள்

ஒன்றுமில்லை ஒன்றுமில்லை
ஈழக் குருத்தே கண்ணுறங்கு....!

....நமக்கென புது இமயம் ....

இறை படைப்பின் ,
உயர் படைப்பாம் மானுடமே...!!
விரல் நகம் நீங்கின் விசும்புதலும்
முரண் நட்பு நீங்கின் விம்முதலும்
சாவோடு சரண் புகுதலும் – நீநின்
பேரோடு எழுதும் பிழை எனக்கொள்...!!!

வாழை வெட்டவெட்டத் தழைக்கும்
முருங்கை முறித்தாலும் முளைக்கும்
எவனோ கொட்டக் குனியும் மனிதா !
இமயம் எட்ட இயலா முகிலா ...?

இன்றொரு விதி செய்வோம் !
இனியொரு பிழை செய்யோம் !!
மனமெனும் மாய(வளை)வலை
மாற்றியமைக்கும் வித்தை கற்போம் !!

நமக்கென புது இமயம்
நாட்டிவிட்டு நாம் மறைவோம்..!!
மனிதம் மறையா புகழேட்டில்
நாமுமொரு மறையாவோம் !!

எனக்கான விடை எல்லாம்

எனைநோக்கி வரும் பொழுது

நான் கொண்ட கேள்வி தூக்கி

நாலு காதம் நடந்தலைகிறேன்..!

.... வெற்றி வேண்டுமா ...

இது வெளிச்சமென அறிய

இருளின் பயணம் உதவுகிறது

பின்னென்ன...???
வெற்றிக்கு முன்னான தோல்வியை

விரும்பி நீயும் வேகமாய் கட....!

.. தருவினில் நான் ....

மந்தையென கந்தை செய்யும்

விந்தை சமூகச் சந்தையில்

வெட்டத்தான் வளர்க்கிறாய் எனை...!

ஆனால் அருமை நண்பா ...!

கிட்டதாத தூரத்து நீரையும்

கண்காட்டாத வேரெடுத்து அருந்தும்

தருவினத்தில் நான் பனை...!

சமூகச் சாக்கடை நீர்வெறுத்து

சாக்காட்டைத் தந்தாலும் தவமிருந்து

சமூகவிருந்தென மாய்ப்பேன் எனை...!

நீண்ட தொலைவிருக்கும்

நீலவானம் கூட நிரந்தரமாய்

நீலமாய் இல்லை - அருகிருக்கும்

ஆட்கள் நிறம்மாற - நீ தடுமாறாதே..!

எனதின்பம் நானென்று

என்னுயிர் நம்பியதாலே

தவம்செய்த தன்மையெல்லாம்

தங்கியது என்னுள்... என்னுயிரே..!

மறு உயிர் வந்திங்கு
மனம் குளிர அன்புதரல்
கானல்நீர் கவிதையென்று
உணர்வாய் என்னுயிரே..!

....அழிவதில்லை நான் ....

தோண்டப்படும் பள்ளங்கள்

துளியளவும் சிதையாமல்

இடம்மாறி மேடுகளாகின்றன

தாழ்ந்துவிட்டதாய் என்னை

தரைக்குள் தேடாதே – இப்படிக்கு

இப்பொழுது (நீ) நிற்கும் மேடு ..!

.... அமர்ந்துவிட்டேன் ...

அக்கரை ஒன்றும்
அத்தனை பச்சையில்லை
இக்கரை காயுமுன்
இருந்த பசுமையைவிட..!

இருக்கும் இடத்தில்
இனிமை செய்மனமே.!

கவலைகளே இல்லாமற்போன

எல்லைக்குள் எப்படி வந்தேன் ?

தோல்விகளையே தோழிபோல

தோளணைத்து நடந்ததாலோ..?

நானென்னும் நானெங்கே ..?

எழுத்துகளில் தேடி

எங்கும் இல்லாத என்னை

எண்ணங்களில் தேடுகிறேன் ..!

அங்கும் இல்லாத அலைக்கழிப்பில்

ஏங்கும் என்னை எங்கே காண்பேன்..?

என்நோக்கம் நீரின்மேல் நடப்பதல்ல

மீனுக்கும் எனக்கும் ஊடல் அல்ல ..!

அன்பின் மேல் நடக்கிறேன்

ஆகையினால் ஆன்மாவில் வசிக்கிறேன் ..!

நான் சாதி எரிக்கும் தீசாதி ..!

நிறப் பிரிகையில் வானவில்

நிலையான இடம் பிடிக்கலாம்- ஏனடா

சாதிப் பிரிகையில் மனிதனே

சாக்கடை வாடை அடிக்கிறாய்..?

இதழ் உதிர்ந்தாலும் மலர் உதிர்ந்தாலும்

இன்னும் உயிர் உதிரவில்லை – செடியின்

மலர் பூக்கும் மாயவேலை – இந்த

மனம் போல் மரணமடையவில்லை..!

.... துரும்பின்றி துடுப்பாவோம் ....

துரும்புகள் நினைத்த விடத்து

துணிந்து ஒதுங்க முடிவதில்லை – அலை

துரத்துமிடத்து கரை ஒதுங்குகின்றன!

துடுப்புமட்டுமே கடலைப் பிரித்து

அதன் விருப்பம் புகுத்தி

அலையடக்கி அக்கரை சேருகின்றன..!

துணிந்து இனியேனும் துடுப்பாவோம்....!

.... இனி ஏது நடந்தால் எமக்கென்ன ...?

சுவடின்றி மாய்தல் வாழ்வாயின்
சுழலும் பூமி சிரிக்காதோ...?
வலியின்றி வாழ்தல் நோக்கமாயின் – இறை
வகுத்த விதி தவிக்காதோ...?

சூதற்ற பார்வையும் சுயமற்ற அன்பும்
தீதற்ற எண்ணமும் திகைப்பற்ற மனமும்
நானென்று ஆனபின்னே விதியே – நின்னால்
இனி ஏது நடந்தால் எமக்கென்ன...?

வீரத்திற்கு பிறந்த விதை எமக்கு – சமூக
பேரங்கள் சாத்திரங்கள் ஆகுமோ...? – அதன்
சூத்திரங்கள் சூழ்ச்சி கொண்டு தாக்குமோ..?
இனி ஏது நடந்தால் எமக்கென்ன...?

காற்றோடு கதை பேசி
நேற்றோடு துயர் வீசி
பாட்டோடு கை கோர்த்து
பச்சைபுல் மேல் நடந்து
லட்சியத்திற்கு விட்டு வைத்த
நிச்சயமற்ற இவ் வாழ்வில் –
இனி ஏது நடந்தால் எமக்கென்ன...?

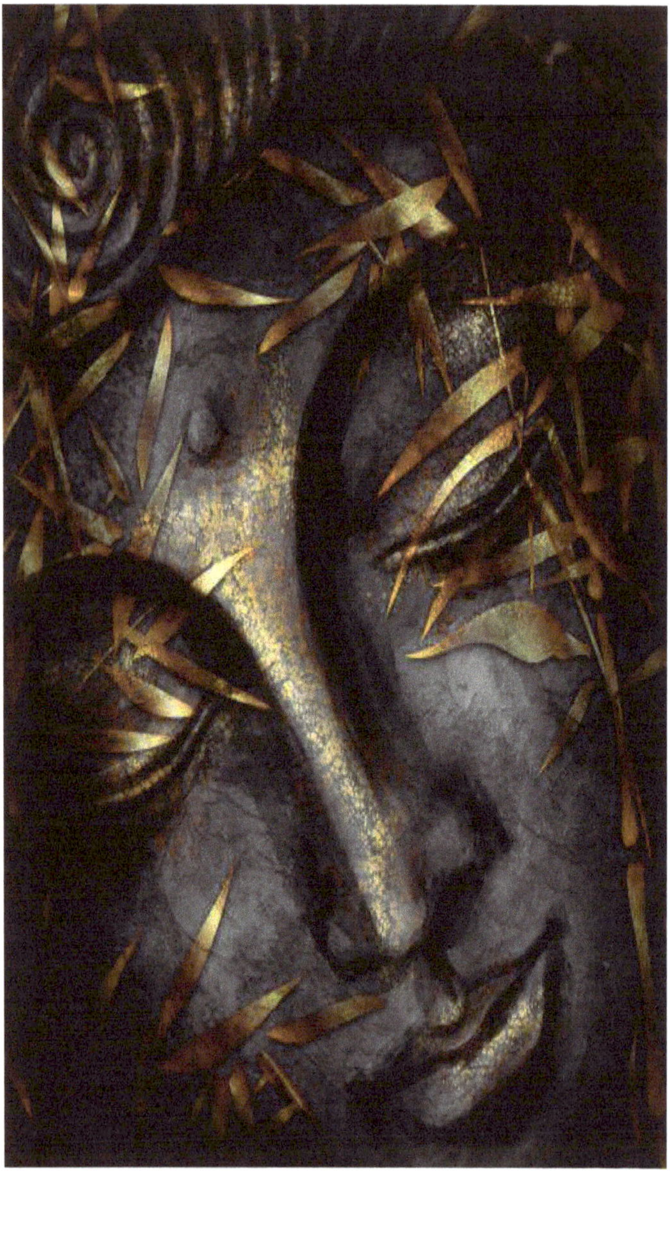

.... அரவம் கொண்ட மனம் ....

நினைவுகளைச் சுருட்டி

நிதானமாய் விழுங்கிவிட்டு

மர நிழலில் - மயக்கத்தில்

மனனம் செய்கிறது

மறுபடியும் ஒருமுறை

அசைபோடும் ஆசையுடன்

அரவம் கொண்டமனம்..!

எல்லைகள் இல்லாத வாழ்வை

எந்நாளும் இலக்கென வை

முடிவில்லா தேடல் ஒன்றை

முப்பொழுதும் மனதினில் செய்

கர்மாவில் கடந்தவை எல்லாம்

ஆன்மாவால் அடையக் காண்பாய் ..!

அமிர்தமாய் தெளிக்கிறேன்

அன்பினை - மழையென...!

குடைக்குள் கூடுகின்றன

குறைகாணும் உயிர்கள் ...!

.... இந்த அமைதி யார் தந்தது ....?

வாழ்வு தந்த தோல்விகளா...?
வந்து போன வெற்றிகளா..?
இரண்டும் அல்ல நிச்சயமாக..!

உடல் தடம் ஓடாமல்
ஓட்டம் நிறுத்திய குருதிக்கு - பின்
நான் பிணமென்றாவேன்

கங்கண புழுக்கள் சில
கங்கணம் கட்டிக்கொண்டு என்
அங்கங்கள் தின்னத்தானே இவ்
அவனியில் இத்தனை அங்கலாய்ப்பு
ஆகட்டும் - அறியாதோர் அதைமறந்து

பின்னங்கால் பிடரி தட்ட
பெருமை தேடி ஓடட்டும்...!
நான் நிறுத்தி விட்டேன்
நல்லமைதி நாடி பெற்றேன்...!

.... இதுதான் வாழ்வென்று ....

வெய்யோன் காய

வீசும் காற்றில்

வீழ்ந்து கிடக்கும் – இலைகள்..!

வேறென்ன செய்யவென

வேறொரு இலையை

வீறுடன் துளிர்க்கும் – மரங்கள்..!

இதுதான் வாழ்வென்று

இதற்கென்ன கேள்வியென்று

மௌனத்தில் மூழ்கும் - நான் ..!

இப்பொழுதெல்லாம்

சங்கடங்கள் வந்தால்

சளைக்காமல் சிரிக்கிறேன்

போகும்போது அதுதரும்

பொக்கிசங்கள் நிரப்பிவைக்க

புதுஇடம் தேடிக்கொண்டு ...!

வறுமை காலங்கள் கற்றுத்தந்ததை

வளமை காலங்களில் பற்றுகிறேன்

இழந்தவை எழுந்து வந்தாலும்

இறந்தவை கணக்கில் எழுதி நகர்கிறேன் ..!

என்னைத்தேடும் வேகத்தில்

இறைவனைக் கடந்திருந்தேன்-இன்று

இறைவனைத் தேடுகிறேன்

என்னைக் கடக்க கூடலியே ..!

முதலில் வரும் நோக்கத்தோடல்ல

முடித்துவிடும் நோக்கில் நடக்கிறேன்

வாழ்க்கை இனிக்கிறது-இன்னும் இருக்கிறது..!

.... தேக்கி நிற்கும் வித்தை ....

ஆறு அடிக்குள் அடங்கியது என்னுருவு

அண்டம் கொள்ளாதது என் மனது ..!

அண்டம் அளவு உருவையும்

ஆறு அடிக்குள் மனதையும்

ஆக்கிவைக்கும் திறன் வளர்க்க

தேக்கி நிற்கும் வித்தையில் இப்பிறப்பு ..!

தெரிந்தோர்-தெளிந்தோர் இருப்பின் – உம்

வாசனைக் காத்துவந்து - எம்

வல நாசித் தீண்டட்டும் ..!

நல்லவள் என்ற வார்த்தைக்குள்

நான் ஒளித்துக்கொள்ள முயலும்வேளை

நல்லன யாவும் எனக்குள்

நாலாபக்கமும் ஒளிந்து நகையாடுது-தோழி..!

விடியல் இல்லாத இரவுக்குள்

விழுந்து விட்டதாய் விம்மாதே – உன்

விழி விரித்து ஒளிபரப்பு -வரும்

விடியலுக்கு நீயே முழுபொறுப்பு ..!

.... உரைத்தும் உரைக்காமல் நான் ...

வார்த்தை அற்ற வார்த்தைகளை
வாசித்து அறிந்த பின்பு
அன்பற்ற அன்பென்பது
அசாத்தியமற்ற சாத்தியம் என்பேன் ...!

அருகில்லா அருகே
பருக முடியா பருகுதலை
வரைந்தும் வரையா ஓவியமாய்
உரைத்தும் உரைக்காமல் நான் ...!

வரைந்து வைத்திருக்கிறேன் - சில

வெட்கத்தையும் வேதனையையும்

என்றேனும் ஒருநாள்

யாரேனும் ஒருவர்

என்பாதையில் நடக்கும்போது

வரைவுகள்கண்டு வளைந்து

வேறுபாதை போகட்டுமென்று ...!

.... இவள் ....

சூனியப் புள்ளிக்குள்

சுருங்கிக் கொண்டேன்

அக்கினியின் அழைப்பிற்கு

யாக்கையை இழக்கின்றேன் ....!

.... இவள் ....

நெருப்பிலும் நீந்தத் தெரிந்தவள்

நீரோடையில் மூழ்கிக் கிடக்கிறேன் ....!

佛

எழுதுகோல் பிடிக்கிறேன்

இதயம் நடக்கிறது

சூனியங்கள் சுயமிழக்கின்றன

சொப்பனங்கள் நிறமிழக்கிறது

யாருமற்ற வெளியில்

காதலுற்ற மனதோடே

எழுதுகோல் பிடிக்கின்றேன்

இதயம் நடக்கிறது ...!

.... உனக்குள் உள்ள ராஜாளி ....

மலை உச்சியில் தனைமறைத்து
மனம் வலிக்க ரெக்கை உதிர்த்து
அலகுவலிக்க அதுவே உடைத்து
அனைத்தும் மீள
ஆழ்தவம் தொடர்ந்து

முதிர்வை கொன்ற ராஜாளி இதோ –

மீண்டு வருகிறது
மீண்டுமொரு வாழ்விற்கு...!

உன்னை மறைத்து - உதிர்த்து
தன்னை உடைத்து
தவத்தில் ஆழ்ந்து
உனக்குள் உள்ள ராஜாளி
உயிர்க்கும் தருணம் ராஜா-நீ..!

ஆசிர்வதிக்கும் பாவனையில் -தன்
விடுதலை விண்ணப்பத்தை
விட்டுச்செல்கிறது யானை..!
(புரிதல் அழகானது)

நினைவு தப்பிய
நதிகளைத் தேடி
அலை தொடுத்து அழைக்கிறது கடல்..!
(புரிதல் அழகானது)

உனது மேற்கு
உன் பின்னால் நிற்பவனுக்கு கிழக்கு..!
(புரிதல் அழகானது)

Nitin

....விதியெனப் பெயரிட்டவர் யார் ...?

அந்தரத்தில் ஆடும் மந்திரப்படியில்

ஆகாசப் பறவையாய் உருமாறி

யாருக்கும் கேட்காத இசையொன்றை

யான்மட்டும் கேட்டே தள்ளாடி

வேறாரும் இல்லா ஆன்மத்துள்

வீழலாமென விரும்பும் போது

புயலெனச்சுருட்டி பூவென்னைப் பறிக்கும்

இயற்கைக்கு விதியென பெயரிட்டவர் யார்..?

.... எங்கெங்கோ அலையுதிந்த மனம் ....

மோன நிலையிலொரு
மூங்கிலின் சுவாசம்

வானக் கதிரிலொரு
வைரத்தின் வெளிச்சம்

ஆல மரத்திலொரு
ஆளைமயக்கும் காற்று

சோளக் குயிலினொரு
சுரம்பிரியா இசை

இதெல்லாமே இவ்விடம் இருந்தும்

சொர்க்கம் என்றொரு கற்பனையை

சொந்தமாக்கும் சூட்சுமம் காண

யார் யாரையோ தேடி

எங்கெங்கோ அலையுதிந்த மனம் ...!

பெருமழையில் கரையுது – காண்

புழுதிகாட்டுக்குள்ள முட்டையிட்ட
கொழிஞ்சிமூட்டு பெட்டையொன்னு

கூடிக்கிடக்கும் மேகமூட்டத்தை
கூவி கூவி சாபம் செய்யுது ..!

எட்ட இருக்கும் மேககூட்டம்
பெட்டசத்தம் எட்டா தொலைவில்

தொட்டு தொட்டு துலாவியல்லோ
தூரல்தூவி காதல் செய்யுது ....!
தூங்கிக்கிடந்த புழுதி மண்ணோ
துளியில் நனையும் வேட்கைக்கொண்டு
துள்ளி துள்ளி பெட்டையை முட்டுது

முட்டையை கட்டி அணைத்து
முனங்கும் குரலில் தாலாட்ட....

பெட்டையின் பிள்ளை வாழ்வு
பெருமழையில் கரையுது - காண்..!

.... சித்தம் கலங்கிய ஆன்மா ....

காரணமே இல்லாத புன்முறுவல்
பூரணமடையாத சில கேள்விகள்
யாருமில்லாத போதும் சம்பாஷனைகள்

புரிகிறது ..!

நீங்களதை பைத்தியமென்பீர்கள் - அது

கங்குகள் எரியும் சுடரேந்திய கண்களால்

உங்களையும் பார்த்துச் சிரிகிறது

காலம் கண்டுபிடித்த நாணயங்கள் -அதன்
காலடி தேடி உருண்டோட
தானம் செய்த திருப்தியில் நாம்
தியானம் செய்யும் திருப்தியில் அது ...!

ஆம் ..எப்பொழுதும் ..
வடக்கும் தெற்கும் அதனதன் பாதையில் ...!

.... எனக்கு என்னையே ....

கொஞ்சம் பொறுங்கள்...

தெரிந்த உங்களோடு நாளை பேசுகிறேன்

தெரியாத என்னை எனக்கு அறிமுகம்

செய்துகொள்ளும் வேலை இன்றெனக்கு!

.... சிலந்தியின் நாவு ...

உலகெனும் ஒட்டடைக்குள்

சிக்கிக்கொண்ட சித்தெரும்பாய்

உயிரும் உணர்வும் முயன்றாலும்

உணவாக்கும் சிலந்தியின் நாவாய் - வாழ்வு!

.... அமிழ்ந்து கிடக்கும் ஆன்மா ....

எழுத்தையுமல்லோ மறந்து கிடந்தேன்
ஏனோ இறந்தே போனதான நினைவில்

நினைவு தப்பிப்போன உயிராய்
நிகழ்வில் நில்லா மனமாய்

இறந்த காலத்தோடு தொடர்பறுந்து
இனியென்ன என்பதில் நாட்டமற்று

சோகமோ மகிழ்வோ சொல்வதற்கில்லை
சோதனையென பெரிதாய் ஒன்றுமில்லை

ஆயினும் ஆளரவமற்ற மௌனத்துள்
அமிழ்ந்து கிடக்கும் ஆன்மாவை
எங்கே விடுவதெனத் தெரியாமல்
என்னோடே சுமந்து திரிகிறேன்

இறக்கிவைக்கும் இடமறியாமல்
இன்றுவரை யாரோ போலொரு
இன்னொருத்தியாய் வாழ்கிறேன் ..!

.... பிரபஞ்சப் பேராழி ....

வனாந்தர பாதையொன்றில்
வழி தப்பிய ஆன்மாவின்
வல்லிய மெல்லியலாளை –

எதேதோ கற்களைக் கூட்டி
என்னனென்னவோ பூக்கள் தூவி
ஆடும் சூரைக் காற்றிலும்
அசையாத விளக்கினை ஏற்றி
ஆராதனை செய்த மந்திரன்

உச்சந்தலையில் திருநீரு தூவி
ஒற்றை விரல் நீட்டி
துரியப் புள்ளிதனை தட்டி
போய் - வா என்கிறான்..!

போனபின் வருவது எங்கனம் ?

அறியாத ஆன்மாவது அக்கணமே
உள்ளிருந்து மேலெழும்பி - பயம்கவ்வ
உள்ளேயே விழுந்து மீண்டும்
முட்டி முட்டி மூச்சிமறந்து

தட்டுதடுமாறி தன்னிலை துறந்தல்லோ
தன்னுடலை புறம்தள்ளி

தனியுலகில் உலவுது காண்..!

மந்திரன் மௌனமாய் நகைக்கிறான்
மாயவள் ஆன்மா சிரிக்கிறது

பிரபஞ்சப் பேராழி சத்தமின்றி
சிதலமற்ற சிப்பியின் முத்தென
சின்னதொரு உருவமெடுத்து புரளுது ..!

.... வாழ்க்கை படம் ....

நடக்கும் நாடக மனைத்திலும்
நாமிருப்பதாய் நம்பிக் கொண்டு
வேடிக்கை பார்க்க மறந்து
வேதனை தூக்கித்திரியும் மனமே..!

வாழ்க்கை எனும் படத்தை
கைத்தட்டி - கண்டு ரசித்திட்டு
கடற்கரையில் கால் நனைத்து
போகும் வேளையில் போவாமென்று
புன்னகைத்துதான் கடந்து பாரேன் ..!

நமை படைத்த ஆண்டவனும்
நமது படைப்பில் பிழையோவென
தன்னைத் திருத்த தடுமாறி
உன்னை கேட்பான் விதி..!

....கடந்து கொண்டே இருக்கிறேன் ....

நடந்ததெல்லாம் வாழ்வல்ல
நடக்கப்போவதே வாழ்வென்று
நிகழ்வதை ரசிக்காமல் - ஏதோ
நிகழ்த்திட முயன்றே
வாழ்வெனும் வழிப்பாதையில்
வந்ததில் வாழாமல் - பின்
வரப்போவதில் வாழ்வைத்தேடி

காணாமல் போய்விட்ட - இறந்த
காலம் தின்றுசெரித்திட்ட

எத்தனையோ ஜென்மத்தை
எண்ணங்களால் நகர்த்தியே
இந்தக்கணத்தை இக்கணமேவாழ
இதயத்தில் சிரிப்பெய்தி
கண்களால் அன்புதூவி

கடந்துகொண்டே இருக்கின்றேன்..!

யாருமிருக்கிறீர்களா..என் பாதையில் ..?

என்னை கவர்ந்தவை எல்லாமே
தன்னாலே தள்ளி போகின்றன..!
கவரும் விசை கடந்து
நிமிரும் நிலை பயிலுகிறேன் ..!
இன்னொரு தோல்வி நோக்கி
இன்முகத்தோடு காத்திருக்கிறேன்..!

உண்மைதான்
வாழ்வதென்று ஆனபின்
வெற்றியின் முடிவு விடுத்து
தோல்வியின் தொடக்கம் தேடுகிறேன்
தொடர்ந்து ரசனையோடு போராட ..!

ஆம்...வெற்றியாளர் வரிசையில்
கடைசியில் காத்து நிற்கிறேன்

உண்மையில் சிரித்து கேட்கிறேன்
தோல்வியென்பது வெற்றியின்
தொடக்கமா - முடிவா ?

.... கனவுகளின் திறவுகோல் ....

பிரபஞ்ச பெருங்கனவின்
பிரதானக் கதவுகளை
வலு கொண்டமட்டும்
வலுக்கட்டாயமாய் இழுத்து
பூட்டென்ற பொறியை
பூவெனப் பூட்டுகிறேன்

திறவுகோல் கையிருப்பின்
திறந்துகொள்ளும் மனமென்று
துறவுபூண்ட நிலைகொண்டு
ஆழியிடை வீசுகிறேன்

ஆழியலை அதனை
ஆசையாய் விழுங்க

ஆழமாய்ப் போகிறது
அத்தனைக் கனவுகளும்...!

.... தூண்டுதலில் விழிக்கும் மனம் ....

என்வரையில் இன்றுவரை

வெற்றியை வெறுக்கிறேன்

எப்பொழுதும் ஆன்மாவை

என்னோடே அமர்த்தும்

தோல்வியில் துளிர்க்கிறேன்

தூரமே என்றாலும்

தூண்டுதலில் விழிக்கும்

மனமதை மணக்கிறேன் ..!

.... மறுபடியும் முதற்படியில் ....

உருகி அன்புசெய்து

பெருக காதல்கொண்டு

விரக விரதம்பூண்டு

சிகர சிந்தைவென்று

சிரித்து திரும்புகிறேன்

மறுபடியும் முதற்படியில்

மீண்டும் போய்நிற்கிறாயே

எப்பொழுது முடிப்பாய்

எந்தன் தேடலை மனமே ..!

எப்பாலில் அடக்கமிந்த மனம் ..?

எவனென்றும் எவளென்றும்

அதுவென்றும் அவையென்றும்

அடங்குதல் அறியாத மனமதை

துலங்குதல் செய்யக்கூடாமல்

துவளுதே என்னுள்ளொரு மனம் ..!

மனமடையும் கூடெது...?

அன்பெங்கே அள்ளக்குறையாதோ

அழித்தாலும் அழியாதோ

அங்கே ஒருகூட்டை

அவசரமாய் கட்டியேனும்

அந்தரங்க மார்க்கத்தில்

அடைந்து கொள்ளுதென் மனம்..!

.... சிரிப்பாய் சிரிக்குதென் மனம் ....

மனத்திற்கான நிறம்காண

மாயமெல்லாம் செய்துவிட்டேன்

நிறமற்ற ஒன்றென்றும்

நிறத்தையெல்லாம் தின்னுமென்றும்

சிரத்தையற்ற பொழுதொன்றில்

சிந்தையில் விதைத்து

சிரிப்பாய் சிரித்து

செல்கிறதென் மனம்...!

.... அன்பின் அளவீடு ....

வானமளவு உயரமென்றும்

கடலளவு நீளமென்றும்

அன்பிற்கு அளவீடுகள்

அவசியமற்றது என்பதை

என்மீதான எனதுக்காதலை

என்னுள்ளே தேடையில் கண்டேன்..!

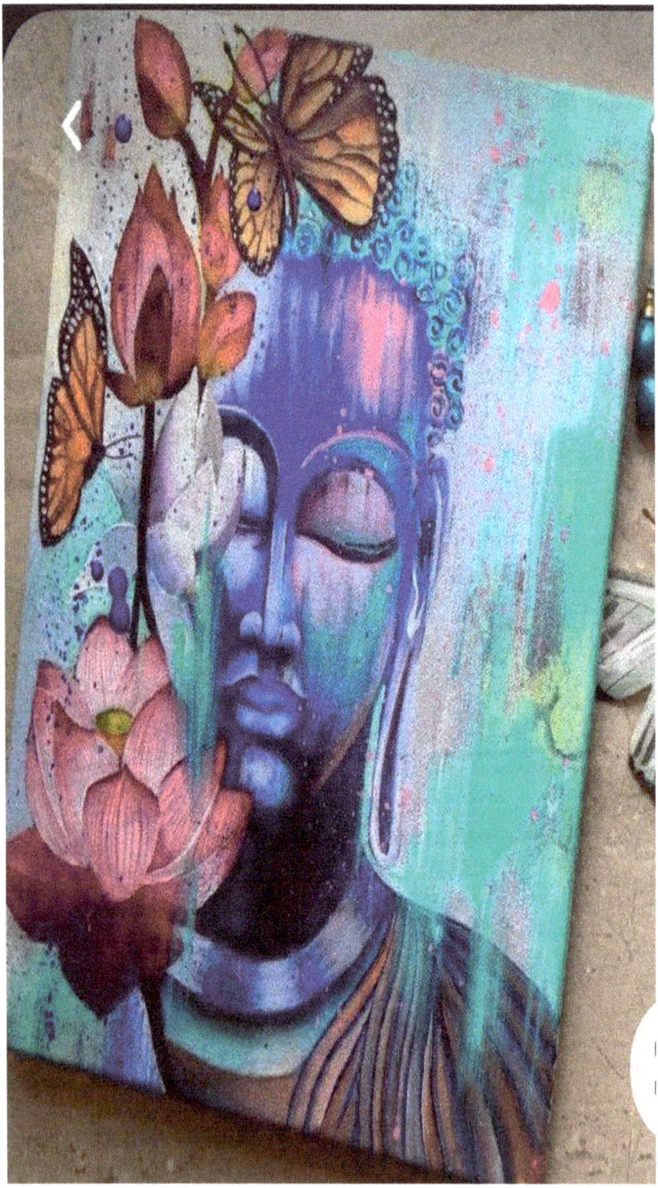

.... வாழப்பழகு ....

முட்டிமுளைக்காதச் செடிகள்
மொட்டுவிடத் தகுந்ததல்ல ..!
தாண்டிவராத சோகங்கள்
தாஜ்மஹால்போல் நிலைப்பதில்லை
சோகத்தில் புரண்டு
தாகத்தில் வறண்டு
உயிர்ப்பை உள்ளே எழுப்பு ...!
முளைக்கும் முன்பே
முனைப்பில் கருகியே
முடிந்து போனவை
கணக்கில் வருவதில்லை
காலஏட்டில் பதிவதில்லை
கவனம்கொள் தளிரே...!
தானாய் இறக்கவிருந்த
தன்னம்பிக்கை உன்னை
தாண்டிவாழ பழக்கலியோ ..?
வேண்டுமினி ஒருயுகம்
வேண்டுவது விடுத்து
வருவதில் வாழப்பழக..!

... நானுமிருக்கிறேன் ...

அசைந்தாடும் தென்றல்
அரவமற்ற பாதை

யாருமற்ற இருப்பு
யாதென்றாலும் வெறுப்பு

ஏதோதேடும் பார்வை
ஏகசத்தத்தில் மௌனம்

மனம்முழுதும் இரைச்சல்
மௌனத்தில் விழிப்பு

அன்பென்றால் கேட்கும்காது
அழகென்றால் ஒதுங்கும்மாது

இப்படியாகவே இன்றுவரை
இங்கேனோ வாழுகிறேன்

யாருமுண்டாயின் இதுபோல
யாமுமிருப்பதை அறியத்தந்தேன்..!

....கணப்பொழுது சிரியுங்களேன்....

எங்கு திரும்பினாலும்
இறுகிய முகமும்
ஏதோ சிந்தனையுமாய்
வேகவேகமென விரைந்திடும்
வேட்கைநிறை மனிதர்காள் ..!

உங்கள் -
உள்ளமெனும் நானொருத்தி
உச்சந்தலை நிமிர்த்தி
உள்ளச் சிரிப்பேந்தி
காத்து காத்து நிற்கிறேன்
காசுதான் இல்லையே
கணப்பொழுது சிரியுங்களேன்..!

வறண்டுபோன காற்றேனும்
வசந்தமாய் வீசட்டும் ..!!

....வாழ்வென்பது வாழ்தலே ....

அடிக்கும் காற்றில்

அங்குமிங்கும் களையும்

ரெக்கையை நிமிர்த்த

திக்கெட்டும் திரும்பி திரும்பி

பேருலக பிரளயத்தையும் –தன்

பிடரியில் உலுக்கும் -சிறு

தட்டானை கண்டபின்

முடிவெடுத்து விட்டேன்

வாழ்வென்பது வாழ்தலே ...!

....என்னில் நான் உயிர்க்கிறேன்...

கொஞ்ச கொஞ்சமாய்
காற்றைத் தின்னும்

சூரியன்போல் நானும்
கவலை தின்னத் துடிக்கிறேன்..!

வாழ்வெனைத் தின்னும்
வஞ்சக வேட்டையில்

மிஞ்சிய உயிரெடுத்து
மீண்டு மெனை நெய்கிறேன் ..!

முயன்றவரை எனை மயக்க
முடியாத விதியும் தோற்க

முன்னைப் போல் மெல்லச்சிரித்து
என்னில் நான் உயிர்க்கிறேன்..!

.... நானிங்கு பெண்ணானேன் ...

நோக்கம் பெரிதென் றானபின்

தாக்கம் எதுவாயின் எமக்கென்ன ?

நீக்கமறு நித்திய ஆன்மாவை

போக்கவொரு புல்லன் உண்டாகில்

ஆக்கவொரு ரசவாதம் நானறிவேன்

ஆதலினால் நானிங்கு பெண்ணானேன் ...!

சமூகம் சில நேரங்களில்

சரியாய் முகத்தை மூடிக்கொள்ளும்

மீறி யாரேனும் திரைவிலக்கினால்

மூர்க்கமாய் முட்டியும் - தட்டியும் கொல்லும்

விவரமாய் விலகியோர் வரிசையில்

வீராப்பாய் ஒதுங்கியவள் - நான்...!

காலங்கள் மாற
மேகங்கள் கூட

காற்றில் சிதறி
மண்ணில் மோதும்

மழைநீரை ருசிக்கிறேன்
ஒருதுளியும் உப்பில்லை ..!

மனித மனமே நீமட்டும் ஏன்..?

.... நான் சாதி எரிக்கும் தீசாதி ....

மார்பகங்களின் மேடுகளில்

மானமிருப்பதாய் மதியற்றவனும்

கற்பென்ற வார்த்தையில்

கட்டப்பட்டவள் பெண்ணென்றும்

மார்தட்டித் திரியும் வீரர்களை

மடிகிடத்தி வளர்த்த தாயைத்தேடுகிறேன்

பெண்ணின் அங்கங்களோடு அத்துமீறல்

சாதியை வளர்க்குமென வளர்த்தாயோதாயே..?

.... நான் சாதி எரிக்கும் தீசாதி ....

தோள் உயர்த்தும் வீரமெல்லாம்

தோற்கிறது - பெண்ணைக் குதறி

பெருவீரன் யான் பெருசாதிக்காரனென

மானம் உதறி மதியும்பிசகி

இனமழிக்கும் ஈனப் பிறவிகண்டு..!

.... நான் சாதி எரிக்கும் தீசாதி ....

நான் உழைக்காமல்
நானே போராடாமல்

என்னிடமிருக்கும் எதுவும்
எனக்கல்ல இந்த சாதிபோல ..!

.... நான் சாதி எரிக்கும் தீசாதி ...

சாதிக்க பிறந்த மகவெல்லாம்

சாதியெனும் திரி துருத்தி

சாம்பலாகும் நிலை கண்டும்

வெள்ளை வேட்டி கட்டி

வியாக்கியானம் பேசி நிற்கும்

கள்ளனைக் கைதொழும் காரியத்தை

வீரியத்திற்கு பிறந்திருந்தால் - நீ

விளக்கி வை மானிடா ..!

...எழுத்தைத் தின்பதால் வாழ்கிறேன் ...

எழுத்துகளில் என்னை மறப்பதுபோல்

எழுத்துகளில் தினமும் பிறக்கிறேன் .!

யாரென்றே தெரியாத யாரையோ

என்னைக் கொண்டே கண்டுவிட

இதோ எழுதி எழுதி மாய்கிறேன்

இன்னமும் -

எழுத்தைத் தின்பதால் வாழ்கிறேன்

....என்னைத் தொடர்கிறேன்....

வேறுபாடற்று அதே ஆன்மாவோடு

மாறுபாடற்ற அன்பை மனதிற்கொண்டு

சமூகச் சட்டத்திற்குள் கட்டம்கட்டும்

சாமானிய வாழ்வை வெறுத்து

நாடக மேடைகளின் வாடைமறுத்து

நானாகவே நான் வாழ்ந்துகொண்டு

வெகுநாட்களாய் என்னைத் தொடர்கிறேன் ..!

.... வாழ்வியல் ஒப்பந்தம் ....

காற்றெனும் நீரில் நீந்தும் நமக்கு

கடல் நீரில் நீந்தும் மீனுடன்

வாழ்வியல் ஒப்பந்தம் என்பது

வாய் உண்ணும் உணவளவில் தானே ..!

மேகத்தில் நீந்தும் கடவுளுக்கும்

மனிதனின் வாழ்வென்பதும் அதுபோலே ..!

தமிழ்..!

நாவெனும் நரம்பற்ற போர்வாள்

நான் வெல்லும் ஒருநாளை

சாயம் நீங்கா மையெடுத்து

சரித்திரத்தின் சரியான பக்கத்தில்

பொறித்து வைக்க பெயர்சொல்லி

பொழுதெல்லாம் கவி பேசி

போதும் வரை உண்டுமகிழ்ந்த - தமிழ்....!

தமிழ்..!

குமிழ் நீர் காற்றான

குறைந்த கால வாழ்வதனை

நிறைந்த பொருள் பொதிந்த

நீங்கா புகழ் ஓங்கும்

வாழ்வாக்கி வையம் நினைக்க

வந்த நாள் நிலைத்து நிற்க

மங்காத மங்கை இவள்

மனனம் செய்த மந்திரம் - தமிழ்..!

தமிழ் ...!

கூற்றுவன் ஒருநாள் என்முன்னே

கணக்கேடு முடிந்ததென்று தானே

கரம்கொண்டு கட்டி வைத்த

கூடு கொண்டு நின்னில்

பிரித்தெடுப்பேன் உயிரென்று பெருமுழக்கி

பேராவல் கொண்டு நின்றான் ...!

மொழியெடுத்து கவிதொடுத்து சரம்நீட்டி

முன்னின்று சாட்டைக்கு கழுத்துக்காட்டுமென்

மொழி ஒலியில் ஒளியெழும்ப

முகம்தாழ்த்தி மனமுருக்கி அவனையும்கூட
மாற்றுப்பாதையில் மாற்றியனுப்பியது தமிழ்..!

தமிழ் ...!

மொழிதின்று முகம் மலரும்

வழி கற்றதனால் இன்னும்

வாடா மலரானேன் நான்

வசந்தத்தின் வசமானேன் - நீயும்

வந்தமரு மானிடமே சந்தம்

சரியாது யான் தின்றமொழி – தமிழ்...!

தமிழ் ....!

வெற்றுப் பேழை நானொரு

விகல்பம் நீங்கிய தரு

சங்கல்பம் மிகையாய் கொண்டதொரு

சாவிலா மொழி நாடல் அதனுறு - தமிழ் ...!

தமிழ்...!

எண்ணங்களால் எப்பொழுதும் என்னை

எடுத்தத்தணைத்து கொண்ட காலமெனும்

கடுங்கோப காமுகன் கைவிடுத்து

காற்று வெளியிடை கலந்திட யான் -

நேற்றென்னை இருகணைத்ததந்த – தமிழ் ...!

இன்று
விழாமல் நிற்பதற்கு

நேற்று
விழுதாய் விழுந்ததே காரணம்...!

வலித்தபோது வடிக்கப்படாத

கண்ணீர்தான் வெல்லும்போது

வேர்பிடிக்கிறது வெற்றிக்கொடியாய்...!

வாழ்க்கையே..!

எத்தனை தரமானாலும்

எனக்கு தோழ்வியைத்தா

வாங்கிவாங்கி வைத்துக்கொண்டு

வாழ்ந்தே தோற்கடிப்பேன் உனை

இப்படிக்கு நானாகிய வெற்றி...!

கற்றுக்கொள்ளும் களங்கள்

காத்துக் கிடக்கின்றன ..!

குட்டைகளில் தேங்காதே ..!

குளமென ஆகாதே ..!

கடலில் கலந்திடாதே ..!

ஓடையில் ஓடி

வெயிலில் மாய்ந்து - மழையென

மீண்டும் மீண்டும் வா..!

கடலும் காத்திருக்கும் - உன்

கால்தடம் தொட்டுவிட ...!

இன்றுமுதல் -

கூண்டுகளை விற்று

மரங்களை நடுகிறேன்

கிளைக்கு கிளைமாறி

அடைதலை விடுத்து

அன்பினை விதைத்து

வேண்டும் வேளையெல்லாம்

விருந்துண்டுபோ குயிலே..!

அழியும்-

அனைத்தையும் இழந்து

கொண்டிருக்கிறேன்

அழியாத ஆன்மாவை

அள்ளிக்கொள்ளும் பொருட்டு..!

இறந்து கொண்டிருக்கும் உடலை

மலர்ந்து கொண்டிருக்கும் மனம்

வேடிக்கை பார்ப்பதே வாழ்வடிசகியே..!

இரை கவ்வி

இறக்கை விரிந்து

கால் தொங்க

மேல் எழும்பும்

கழுகினை ஒத்ததிந்த வாழ்கை

யாருக்கோ முடிவாய்

எவருக்கோ தொடக்கமாய்..!

ஊளைச்சதையில் ஒட்டிக் கிடந்த

உண்மை விரும்பும் மனமொன்று

காலச் சூழலில் கழன்றன்றோ

ஞான வேட்கை கொண்டிங்கு

நாற்திசையும் நகருதடி - பின்

நடுச் சந்தியில் புரளுதடியோ ...!

காயத்தை காயம் தின்ன

மாயத்தை மாயம் வெல்ல

சூனியத்தில் சூட்சும சுழிக்குள்

சுருண்டு விழும் சரீர

சங்காரம் வேண்டாம் சகியே

சாகரம் கரம்நீட்ட சாடுதென்மனமே .!

தேவையில்லை எதுவுமென

தெளிவாய்த் தெரிந்தபின்னும்

தேடித்திரியும் நிலையற்ற

நீரக்குமிழின் காற்றாய் - நான் ..!

நடை மாற்றி சடைகொண்டேன்

நர்த்தனத்தில் நாட்டம் கொண்டேன்

அர்த்தமற்ற அளாவலில்

அமைதி கொண்டேன்

பொற்பதம் புழுதித்தின்ன

தரை கிடந்தேன்

எமக்குள் எம்மை நிறுத்த

மனமறுத்த மங்கையானேன்

மனநீரோடையில் கங்கையானேன் ..!

அடிக்கடி நிகழ்வது தான்

அதை கடக்கத்தான்

அன்பு கொண்டேன்

எது கொண்டாலும்

இது விடவில்லை

உடல் கழன்று உயிர்மேவும்

உன்னதக் கலை ஒன்றில்

ஓயாமல் விளையாடி ஓரமாய்

ஓய்ந்து போய் கிடக்குதென் மனது ..!

திரையிட்டு மறைத்துத் திரும்புகிறேன்

முறைத்து நிற்கிறாய் முன்னே ....!

இட்ட மறைப்பினும் எப்படிவந்தாய்..?

வட்ட விழிக்குள் வந்தேன் விழுந்தாய் ..?

திரைவிரிப்பில் நம்பிக்கை விடுத்து

மனவிரிப்பில் மாட்டுகிறேன் பூட்டை...!

மனதைக்கொய்ய பூட்டை விலக்கும்

மாயலீலையில் மன்மதனா பார்ப்போம்...!

இசையில் என்னைக் கொல்லும்

விஷமது விரவிக் கிடக்குது ..!

மனமிறந்து மனமிறந்து பின்

மறுபடியும் உயிர் கொள்ளும்

மூங்கிலின் ஓசைக்குள் - என்

மூச்சது இறந்ததும் பிறந்து

இன்னும் இறப்பேன் என்றல்லோ

இசைக்குள் லயித்து பின்னதன்

விஷத்தை விருந்தென உண்ணுது..!

மனங்களில் ஏறி

நரம்புகளில் பயணிக்கிறேன்

ரத்தத்திசுக்கள் எண்ணம் கடத்த

என்னைத் தேடும்

பயணம் எனக்குள்ளே...!

எத்தனை உடல் இழந்தாலும்

எதையும் இழக்காத ஆன்மாவாக

இன்னும் தேடுகிறது எதையோ ..!

இடம் வருமோ - இடை மறையுமோ

உயிர் ஓடும் உடலுக்குள்

உணர்வில் வாழும் தேடலாகநான்.!

இரண்டற கலத்தல் இங்கு

எல்லோருக்கும் நிகழ்தல் எளிது

இருந்த ஒன்றும் இறக்க

எல்லாம் இழந்து கலத்தல்

இறையென உரையொரு பறை..!

படமெடுத்த அரவ மொன்று
பையப்பைய மேனி மேவி
முதுகென்னும் மூலத்
தண்டில்முட்டி முட்டி ஏறுது
காண்..!எறுதண்டில் இறங்கக் கூடும்
இறங்கிய பின் ஏறக்கூடும் உறங்கிடாதே
உதறிடாதே - அது உள் எழுந்து
உலவக்காண் ...!

ஆளுயரம் ஆண்ட பின்பு
அப்படியே முன் வளைந்தல்லோ
ஆக்கினையை கவ்வக் கூடும்
அணைந்ததெல்லாம் மிளிரக் கூடும்..!

குண்டலினி கூடக் கண்டு
கொதிக்கும் வெப்பம் குளிரக்கூடும்
குளிரில் ஒரு எரிமலையும்
கூடு கட்டி குமுறக் கூடும்..!
அனைத்தும் கண்டு அமர்ந்திரு..!
ஆக்கினையில் விழித்திருக்கும் - நீ
அணையா தீபமடி புரிந்திரு ...!

மையமாய் அமர்ந்து
மௌனமாய்ச் சிரிக்கிறேன்
கூட்டத்தில் நானும்
குறிப்பெடுத்துக் கொள்கிறேன்..!

எல்லா நடிப்புகளும்
எதற்கென்ற கேள்விவிக்கு
விடை தெரியாமலே
நடந்தேறும் நாடகம் ..!

நடிக்கின்ற ஆர்வத்தில்
நடப்பதறியா நடிகர்களுடன் - நான்..!

.... சித்தன் செப்பிய மொழி ....

கோடி துயர்கொண்டும் - காடு
நாடி தவம்செய்தும் - வீடு

பேர் வாய்க்காமலே - நாடு
பொருள் நான்மறந்து - கேடு

கொள் நட்பறுந்து - கூடு
காக்கும் வித்தையறிந்து - கடு

விரதம் தான்பூண்டு - படு
பாதாள உயிருறைந்து - சுடு
காடு காணல் வாழ்வாமே.....!

(சித்தன் எம்முள் செப்பிய மொழியீது)

*** உயிர்வளி ஓசை முற்றிற்று ***

www.ingramcontent.com/pod-product-compliance
Lightning Source LLC
LaVergne TN
LVHW051926051126
851857LV00020B/2041